THE RAJA'S BIG EARS

One day, the Raja decided to have a
Royal Party, because it was his birthday.
He would not say how old he was.

THE STORYTELLER

Niru Desai, who originates from Bombay, lived in Uganda for seven years, before coming to England in 1964. She is Advisory Teacher for South Asian Languages and Literature at the Brent Language Service. Niru is a renowned storyteller and accomplished song writer; she especially enjoys writing and performing for children.

THE ILLUSTRATOR

Amanda Welch is a painter who studied at Chelsea School of Art. She has exhibited in London and has worked as an illustrator since 1982. Married with three young children, she lives in Hackney, North London.

THE RAJA'S BIG EARS

This is one of the most pupular stories that Niru tells both in Gujarati and in English. When telling the story she involves the audience and introduces musical instruments. Niru heard this and many other stories from her mother. It is humorous and appeals to all generations.

STORYTELLERS

The whole series is based on work that has been done in the Reading Materials for Minority Groups Project (1982-1985), housed at Middlesex Polytechnic and funded by the All Saints Educational Trust. There are over 70 titles in all which will be published over the next few years in dual language form.

All the stories originate from countries where they have been handed down from generation to generation by word of mouth.

Published by Jennie Ingham Associates Ltd 1989
64-68 Camden High Street, London NW1 0LT
Copyright © Jennie Ingham Associates Ltd 1989

Gujarati translation by Niru Desai

ISBN 1 85474 070 9 paper bound edition
(previously published by Luzac & Co. Ltd
under ISBN 0 7189 1041 9)

ISBN 1 85474 075 X cased edition

Printed in Great Britain by Purnell

The Raja's Big Ears

Told by Niru Desai

Illustrated by Amanda Welch

Gujarati version by Niru Desai

STORYTELLERS

FAIRY TALES SERIES

TOPEES
BUY NOW

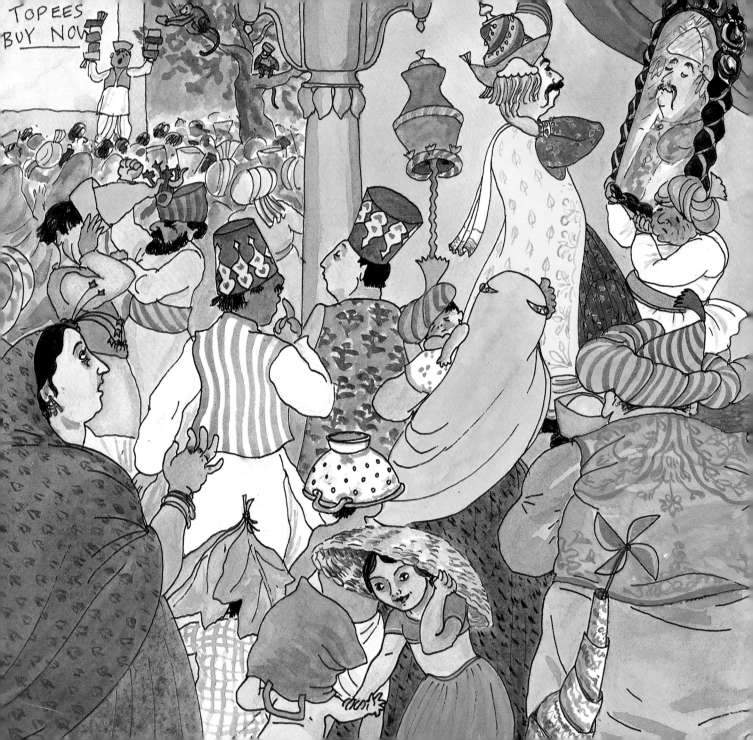

Once upon a time there was a Raja who had big ears.
He always wore a topee to cover them, as he thought
his subjects would laugh at him if they saw them.

The people did not know why the Raja wore a topee.
But they admired their King, so they decided to copy
him. Soon everyone was wearing a topee.

એક હતો રાજા. તેને મોટા કાન હતા. રાજાને થતું કે પ્રજા
તેની મશ્કરી કરશે તેથી તે હંમેશાં કાનટોપી પહેરી રાખતો.

લોકોને ખબર નહોતી કે રાજાજી શાને માટે કાનટોપી પહેરી
રાખતા હતા. પણ તેઓ રાજાને ખૂબ ચાહતાં હતાં તેથી તેઓએ
પણ રાજાની નકલ કરવા માંડી. આમ એકેએક જણે કાનટોપી
પહેરવા માંડી.

Now, the Raja had a Royal Barber called Manji, who, of course, knew the secret of the Raja's big ears. But the Raja had warned him never to say a word to anyone.

The trouble was that Manji was the sort of person who could never keep a secret. He was just bursting to tell someone, but he was also afraid of what the Raja might do to him if he did tell. He might have Manji's ears chopped off!

One day Manji went for a walk in the jungle to think in peace and quiet. Suddenly he had the answer – he would tell his secret to a tree!

હવે મનજી નામનો દરબારનો હજામ હતો. તેને રાજાના મોટા કાનની ખાનગી વાત ખબર હતી. પણ રાજાએ તેને તે વિષે કંઇ પણ ન કહેવાની ધમકી આપી હતી.

મનજી કોઇ દિવસ પણ કશી વાત ખાનગી રાખી શકતો નહીં. તેના પેટમાં વાત ખદબદ ખદબદ થતી હતી ને કોઇને કહેવા તે ઊંચોનીચો થતો હતો. પરંતુ તેમ કરવાથી રાજા શું કરશે તેનો પણ તેને એટલો જ ડર હતો. કદાચને તેના કાન જ કપાવી નાંખે!

એક દિવસ મનજી શાંતિથી વિચારવા જંગલમાં ફરવા ગયો. અચાનક તેને જવાબ મળી ગયો – એક વૃક્ષને તે ખાનગી વાત કહેશે.

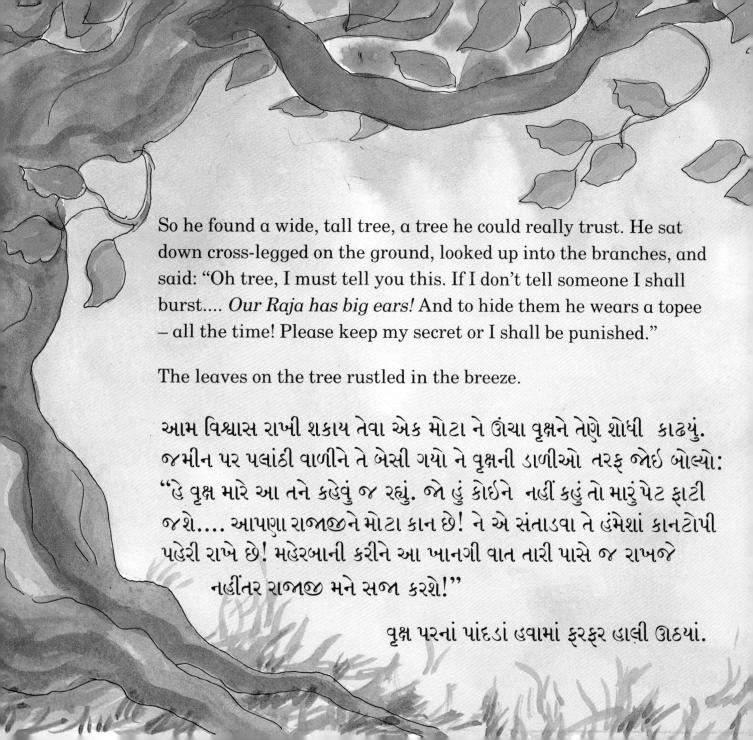

So he found a wide, tall tree, a tree he could really trust. He sat down cross-legged on the ground, looked up into the branches, and said: “Oh tree, I must tell you this. If I don’t tell someone I shall burst.... *Our Raja has big ears!* And to hide them he wears a topee – all the time! Please keep my secret or I shall be punished.”

The leaves on the tree rustled in the breeze.

આમ વિશ્વાસ રાખી શકાય તેવા એક મોટા ને ઊંચા વૃક્ષને તેણે શોધી કાઢ્યું. જમીન પર પલાંઠી વાળીને તે બેસી ગયો ને વૃક્ષની ડાળીઓ તરફ જોઈ બોલ્યો: “હે વૃક્ષ મારે આ તને કહેવું જ રહ્યું. જો હું કોઈને નહીં કહું તો મારું પેટ ફાટી જશે.... આપણા રાજાજીને મોટા કાન છે! ને એ સંતાડવા તે હંમેશાં કાનટોપી પહેરી રાખે છે! મહેરબાની કરીને આ ખાનગી વાત તારી પાસે જ રાખજે નહીંતર રાજાજી મને સજા કરશે!”

વૃક્ષ પરનાં પાંદડાં હવામાં ફરફર હાલી ઊઠયાં.

After that Manji felt a lot better. He was quite sure the tree would not give away his secret, because he knew that trees cannot speak. So he went home, feeling light-hearted, and soon forgot all about the Raja's secret.

A few days later, a woodcutter was working in the same jungle. He saw the wide, tall tree and decided to chop it down.

ત્યારબાદ મનજીને ઘણું સારું લાગ્યું. તેને ખાત્રી હતી કે વૃક્ષ તેની ખાનગી વાત કોઇને કહેશે નહીં કારણ તે જાણતો હતો કે વૃક્ષો કંઇ બોલી શકતાં નથી. આમ તે હળવા હૃદયે ઘરે ગયો ને રાજાની ખાનગી વાતની બાબત સાવ ભૂલી ગયો.

થોડા દિવસ બાદ આ જ જંગલમાં એક કઠિયારો કામ કરતો હતો. તેણે પેલા મોટા ઊંચા વૃક્ષને જોઇ તેને કાપી નાંખવાનું નક્કી કર્યું.

Then he chopped it all into logs. He hired an elephant and took the logs to a factory, where he sold them for a lot of money.

પછી તેના બધા કટકા કર્યા. એક હાથી ભાડે રાખી લાકડાના કટકાઓને એક ફેકટરીમાં તે લઇ ગયો. કટકાઓને વેચતાં તેને ઘણા બધા પૈસા મળ્યા.

The factory owner bought only the best wood, because the craftsmen there used the wood to make musical instruments – like the flute, the tabla and the tambourine.

The instruments which were made from the wood of the tall, wide tree were so fine and well-tuned that they were bought by the Royal Musician.

ફેકટરીવાળા સારામાં સારું જ લાકડું ખરીદતા કારણ કે એમાંથી કારીગરો વાંસળી, તબલા, ખંજરી જેવા સંગીતનાં વાજિંત્રો ત્યાં બનાવતા.

પેલા મોટા, ઊંચા ઝાડના લાકડામાંથી બનાવેલાં વાજિંત્રો એટલાં તો સુંદર ને સુરીલાં હતાં કે દરબારના સંગીતકારે એ બધાં ખરીદી લીધાં.

One day,
the Raja
decided to have
a Royal Party,
because it was
his birthday.
He would not
say how old
he was.

એક દિવસ
રાજાએ પોતાના
જન્મદિવસની ખુશાલીમાં
મિજબાની આપવાનું નક્કી કર્યું.
જોકે પોતાને કેટલાં વર્ષ
થયાં તે કોઈને
ન કહ્યું.

The Raja had invited many Very Important People from all corners of the land.

After the feast, the Raja summoned his Royal Musician and ordered him to play some festive tunes on his new instruments.

રાજાએ બધેબધથી અનેક ખૂબ અગત્યનાં લોકોને આમંત્રણ આપ્યું હતું.

મિજબાની બાદ રાજાએ સંગીતકારોને નવા વાજિંત્રો પર મધુર સૂરો છેડવા કહ્યું.

The Music was enchanting, but, to everyone's astonishment, the flute was singing:

The Raja has big ears.
The Raja has big ears.

Then the tabla began the beat:

Who told you?
Who told you?

And the tambourine replied:

Manji told us.
Manji told us.

The secret was out. Now everyone knew why the Raja always wore a topee. Some of them took theirs off and scratched their heads, feeling embarrassed and uncomfortable.

સંગીત જાદૂઇ હતું પણ સહુના
આશ્ચર્ય વચ્ચે વાંસળી ગાઇ રહી હતી:

રાજાના મોટા કાન
રાજાના મોટા કાન
ત્યાં તબલા થાપ આપવા મંડયા:

તને કોણે કીધું?
તને કોણે કીધું?
ને ખંજરીએ જવાબ આપ્યો:

અમને મનજીએ કહ્યું.
અમને મનજીએ કહ્યું.

ખાનગી વાત બહાર પડી ગઇ. હવે બધાંને
ખબર પડી ગઇ કે રાજા શા માટે કાનટોપી
પહેરી રાખે છે. શું કરવું તેની મુંઝવણમાં
કેટલાક પોતાની કાનટોપી કાઢી માથું
ખંજવાળવા લાગ્યા.

They became very quiet as the Raja's face ... and his neck ... and his ears went red with anger and shame.

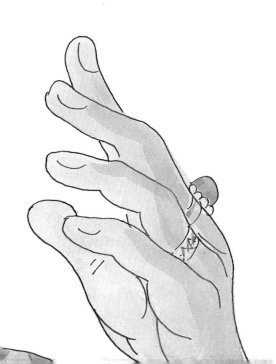

તેઓ એકદમ શાંત થઈ ગયા. રાજાનો ચહેરો ... ગરદન ... તથા કાન ગુસ્સા ને શરમથી લાલચોળ થઈ ગયાં.

Of course, the Raja sent for Manji straightaway. When Manji
walked into the throne room he was trembling and shivering with fear.
He bowed, very, very low to the Raja and said: "Your H-Highness,
I only t-told a t-tree in the j-jungle. P-Please forgive me."

અલબત્ત, રાજાએ મનજીને તરત હાજર કરવાનો હૂકમ કર્યો. મનજી દરબારમાં આવ્યો ત્યારે તે ડરનો માર્યો ધ્રૂજતો હતો. રાજાને ખૂબ નીચા વળી નમન કરીને તે બોલ્યો, "ર...રાજાજી, મ..મ..મેં તો જ..જ..જંગલમાં મ..માત્ર અ..એક વ.. વૃક્ષને જ વા..ત કરી હતી. મ..મહેરબાની ક...કરીને મને મા..ફ કરી દો."

Well, the Raja was a good and clever King. So he asked the Royal Musician where the new instruments had been made.

Then he asked the factory owner where the wood had come from.

The factory owner said he had bought it from a local woodcutter.

And the woodcutter showed the Raja the stump of the tree in the jungle near the palace.

રાજા ભલો ને શાણો હતો. તેણે દરબારી સંગીતકારને નવા વાજિંત્રો કયાં બન્યાં હતાં તે પૂછ્યું.

પછી તેણે ફેક્ટરીવાળાને લાકડું કયાંથી આવ્યું હતું તે પૂછ્યું.

ફેક્ટરીવાળાએ ત્યાંના એક કઠિયારા પાસેથી વેચાતું લીધું હતું તે જણાવ્યું.

ને કઠિયારાએ રાજાને મહેલની બાજુમાં આવેલા જંગલમાં લઈ જઈ પેલા વૃક્ષનું બાકી રહેલું થડનું ઠૂંઠું બતાવ્યું.

When the Raja asked Manji where *his* tree was, he realised that Manji was telling the truth. He also realised something far more important ... His people did not mind him having big ears. They were far more bothered about having a kind and fair king.

And, because he was so kind and fair, he forgave Manji and threw away his topee.

મનજીને વૃક્ષની જગ્યા વિષે પૂછતાં રાજાએ જોયું કે મનજીની વાત સાચી હતી. વળી તેને બીજી એક ઘણી અગત્યની વાતની ખબર પડી... પોતાના લોકોને તેના મોટા કાનનો વાંધો નહોતો. તેઓને તો ઉદાર ને ન્યાયી રાજાની વધુ પડી હતી.

રાજા ઉદાર ને ન્યાયી હોવાથી મનજીને તેણે માફ કરી દીધો ને પોતાની કાનટોપી ઉડાડી મૂકી.

GLOSSARY

Raja an Indian prince or king of a province or a certain area.

Topee/ topi in the days when India was divided into various kingdoms, some kings wore a headdress (hat) similar to a turban

Flute an Indian flute may be wooden or made with metal, and can be played vertically or horizontally

Tabla the tabla is the most widely used of Indian percussion instruments. The tabla consists of two drums; the bayan is played with the left hand, the dayan with the right